Impressum
Verlag: BABADADA GmbH, Nedderfeld 112 , 22529 Hamburg
Geschäftsführer / Verlagsleitung: Harald Hof
Druck: Books on Demand GmbH, In de Tarpen 42, 22848 Norderstedt

Imprint
Publisher: BABADADA GmbH, Nedderfeld 112 , 22529 Hamburg, Germany
Managing Director / Publishing direction: Harald Hof
Print: Books on Demand GmbH, In de Tarpen 42, 22848 Norderstedt, Germany

trường học
escuela

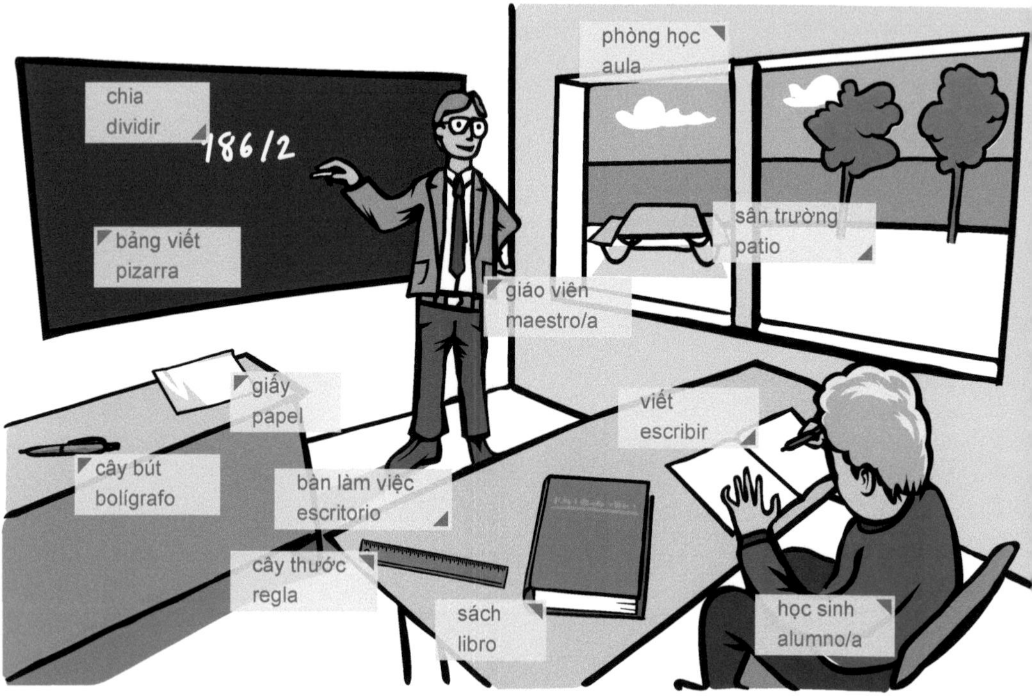

phòng học
aula
chia
dividir
186/2
bảng viết
pizarra
sân trường
patio
giáo viên
maestro/a
giấy
papel
viết
escribir
cây bút
bolígrafo
bàn làm việc
escritorio
cây thước
regla
sách
libro
học sinh
alumno/a

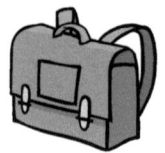

cặp đeo vai học sinh
cartera

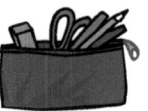

hộp đựng bút
caja de lápices

bút chì
lápiz

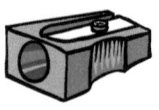

cái gọt bút chì
sacapuntas

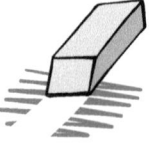

cục tẩy
goma de borrar

tập giấy vẽ
cuaderno de dibujo

bản vẽ

dibujo

cọ vẽ

pincel

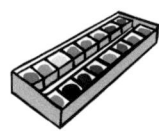

hộp mực vẽ

caja de pinturas

cây kéo

tijeras

keo dán

pegamento

sách bài tập

cuaderno de ejercicios

bài tập ở nhà

deberes

số

número

cộng

sumar

trừ

restar

nhân

multiplicar

tính toán

calcular

chữ cái

letra

bảng chữ cái

alfabeto

từ

palabra

văn bản
texto

đọc
leer

phấn viết
tiza

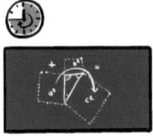

bài học
lección

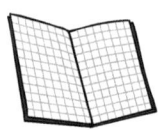

sổ lớp
cuaderno de notas

thi kiểm tra
examen

chứng chỉ
certificado

đồng phục học sinh
uniforme escolar

giáo dục
educación

từ điển bách khoa
enciclopedia

đại học
universidad

kính hiển vi
microscopio

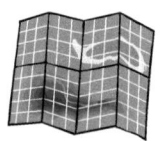

bản đồ
mapa

thùng rác giấy
papelera

du lịch
viaje

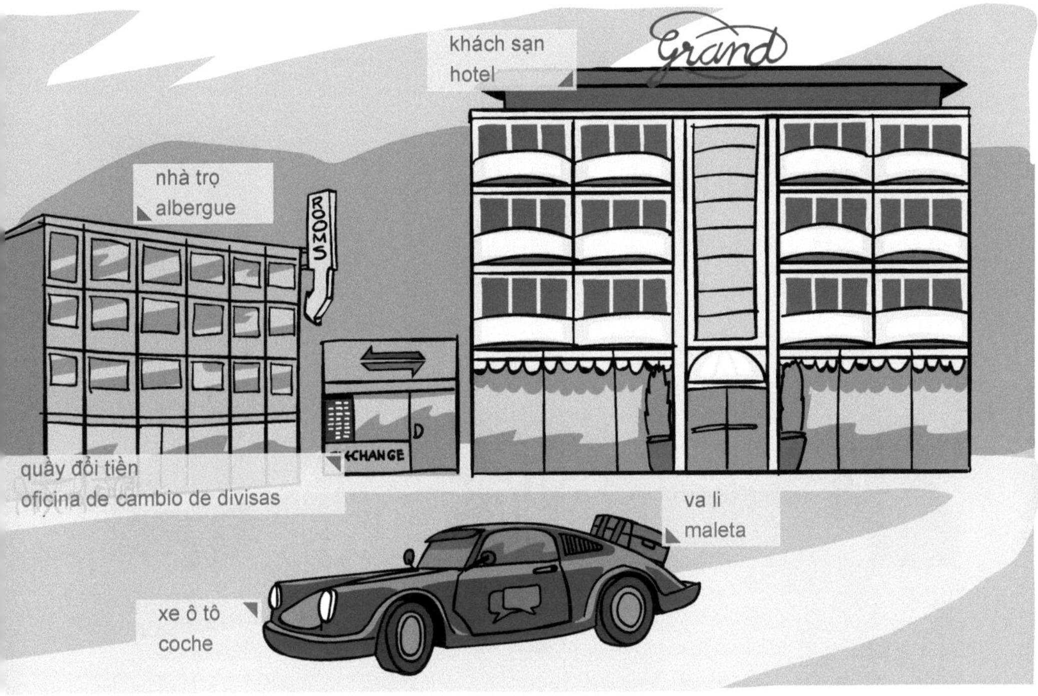
khách sạn
hotel
Grand
nhà trọ
albergue
ROOMS
EXCHANGE
quầy đổi tiền
oficina de cambio de divisas
va li
maleta
xe ô tô
coche

ngôn ngữ

idioma

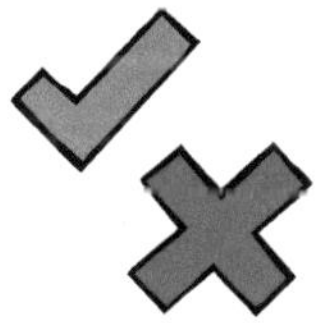

có / không

sí / no

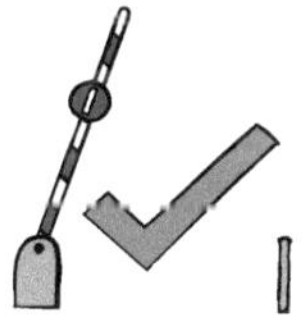

ô kê

Vale

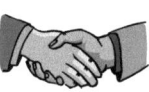

Xin chào

hola

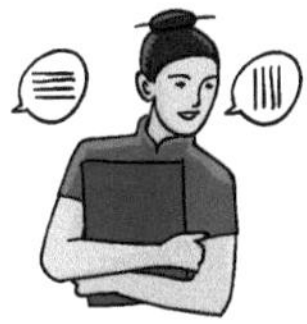

thông dịch viên

traductor

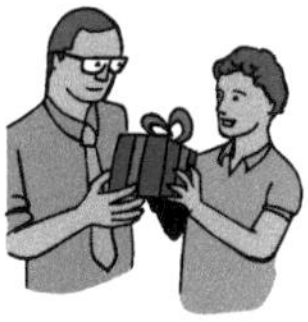

cám ơn

Gracias

... bao nhiêu tiều?

¿cuánto es...?

tôi không hiểu

No entiendo

vấn đề

problema

Xin chào! (buổi tối)

¡Buenas tardes!

xin chào! (buổi sáng)

¡Buenos días!

chúc ngủ ngon!

¡Buenas noches!

tạm biệt

adiós

hướng đi

dirección

hành lý

equipaje

túi xách

bolsa

túi ba lô

mochila

khách

invitado

phòng

habitación

túi ngủ

saco de dormir

lều

tienda de campaña

thông tin du lịch

información turística

bãi biển

playa

thẻ tín dụng

tarjeta de crédito

ăn sáng

desayuno

ăn trưa

almuerzo

ăn tối

cena

vé xe

billete

thang máy

ascensor

tem bưu điện

sello

biên giới

frontera

hải quan

aduana

đại sứ quán

embajada

thị thực

visa

hộ chiếu

pasaporte

vận chuyển
transporte

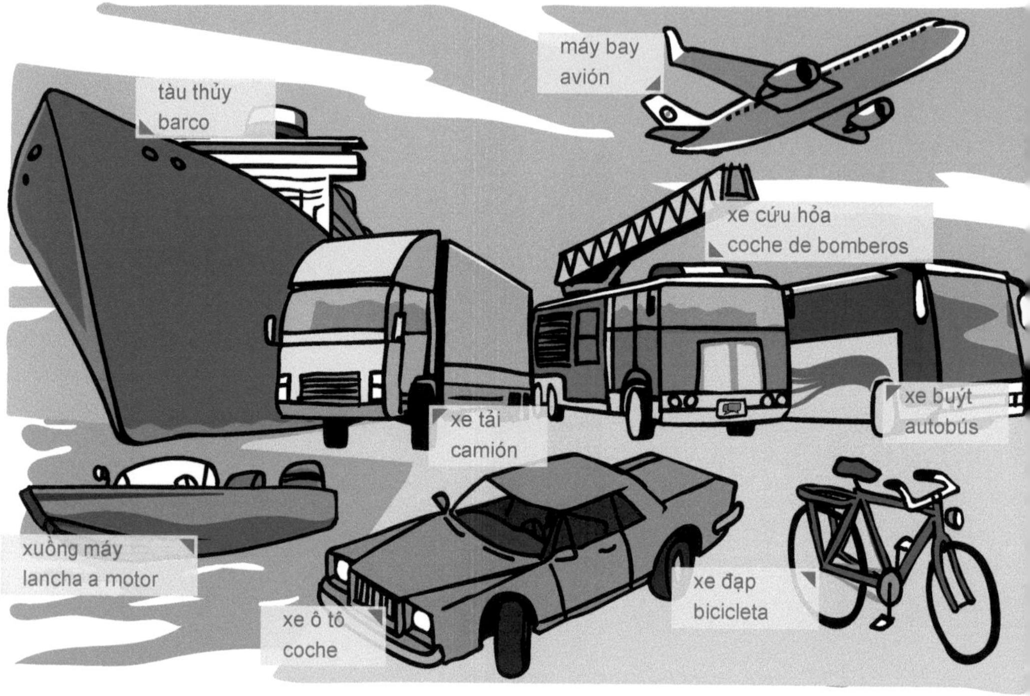
máy bay
avión
tàu thủy
barco
xe cứu hỏa
coche de bomberos
xe buýt
autobús
xe tải
camión
xuồng máy
lancha a motor
xe đạp
bicicleta
xe ô tô
coche

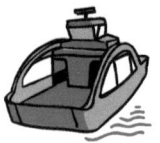

phà

transbordador

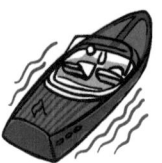

xuồng

barca

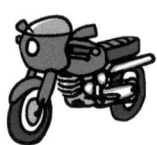

xe máy

moto

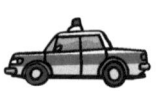

xe cảnh sát

coche de policía

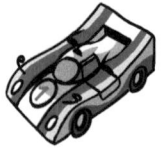

xe đua

coche de carreras

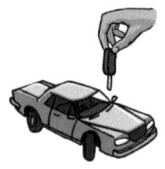

xe cho thuê

coche de alquiler

dịch vụ thuê xe tự lái

préstamo de vehículos

xe kéo cứu hộ

grúa

xe rác

camión de la basura

động cơ

motor

xăng

gasolina

trạm xăng

gasolinera

biển báo giao thông

señal de tráfico

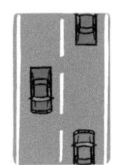

giao thông

tráfico

ách tắc giao thông

atasco

bãi đậu xe

aparcamiento

nhà ga

estación de tren

đường ray

vías

xe lửa

tren

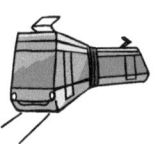

tàu điện

tranvía

toa xe

vagón

vận chuyển - transporte

9

máy bay trực thăng

helicóptero

sân bay

aeropuerto

tháp

torre

hành khách

pasajero

côngtenơ

contenedor

thùng các-tông

caja de cartón

xe đẩy

carretilla

cái giỏ

cesta

cất cánh / hạ cánh

despegar / aterrizar

thành phố
ciudad

làng

pueblo

trung tâm thành phố

centro de ciudad

nhà

casa

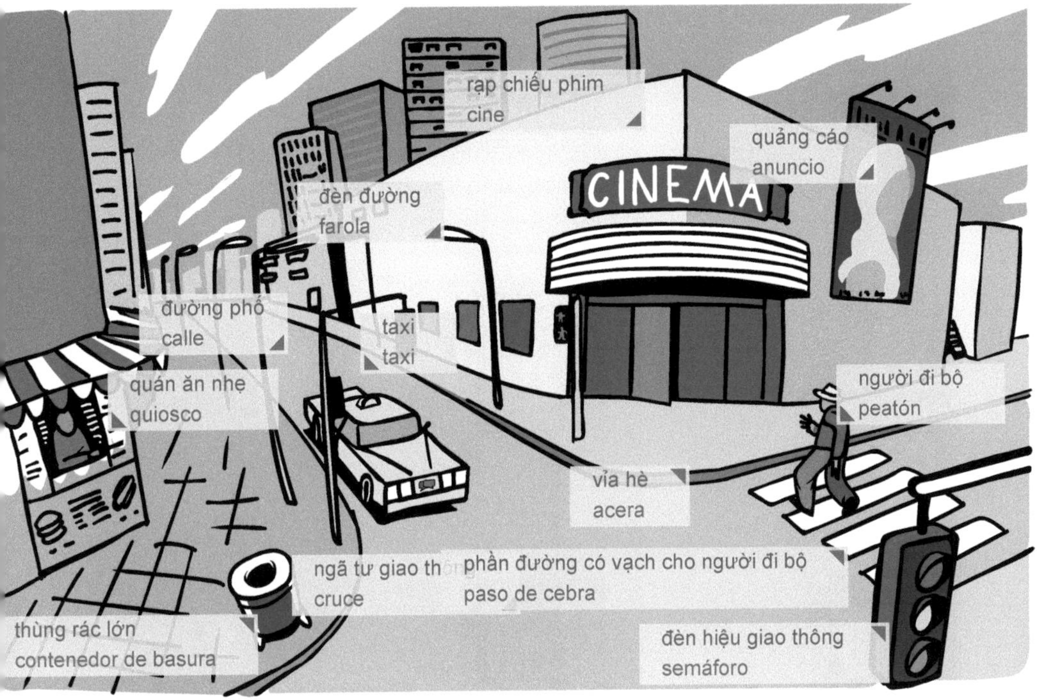

rạp chiếu phim
cine

quảng cáo
anuncio

đèn đường
farola

đường phố
calle

taxi
taxi

người đi bộ
peatón

quán ăn nhẹ
quiosco

vỉa hè
acera

ngã tư giao thông   phần đường có vạch cho người đi bộ
cruce   paso de cebra

thùng rác lớn
contenedor de basura

đèn hiệu giao thông
semáforo

nhà chòi
cabaña

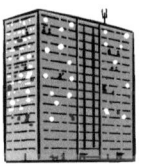

căn hộ
apartamento

nhà ga
estación de tren

tòa thị chính
ayuntamiento

viện bảo tàng
museo

trường học
escuela

thành phố - ciudad

đại học
universidad

ngân hàng
banco

bệnh viện
hospital

khách sạn
hotel

hiệu thuốc
farmacia

văn phòng
oficina

hiệu sách
librería

cửa hiệu
tienda

cửa hiệu bán hoa
floristería

siêu thị
supermercado

chợ
mercado

cửa hàng bách hóa
grandes almacenes

người bán cá
pescadería

trung tâm mua bán
centro comercial

bến cảng
puerto

công viên

parque

ghế băng

banco

cầu

puente

cầu thang

escaleras

tàu điện ngầm

metro

đường hầm

túnel

trạm xe buýt

parada de autobús

quán bar

bar

khách sạn

restaurante

hòm thư công cộng

buzón

bảng hiệu đường

poste indicador

đồng hồ đậu xe

parquímetro

vườn bách thú

zoo

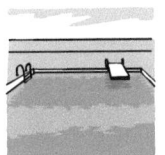

bể bơi

piscina

nhà thờ Hồi giáo

mezquita

nông trại

granja

ô nhiễm môi trường

contaminación

nghĩa trang

cementerio

nhà thờ

iglesia

sân chơi

patio de juego

ngôi đền

templo

phong cảnh
paisaje

lá cây
hoja

bảng chỉ đường
señal

lối đi
camino

bãi cỏ
prado

hòn đá
piedra

cây
árbol

người đi bộ đường dài
excursionista

sông
río

cỏ
hierba

bông hoa
flor

thung lũng
valle

đồi
colina

hồ nước
lago

rừng
bosque

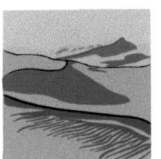

sa mạc
desierto

núi lửa
volcán

lâu đài
castillo

cầu vồng
arcoíris

nấm
champiñón

cây cọ
palmera

con muỗi
mosquito

con ruồi
mosca

con kiến
hormiga

con ong
abeja

con nhện
araña

bọ cánh cứng

escarabajo

con ếch

rana

con sóc

ardilla

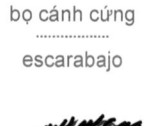

con nhím

erizo

con thỏ

liebre

con cú

lechuza

con chim

pájaro

thiên nga

cisne

heo rừng

jabalí

con hươu

ciervo

nai sừng tấm

alce

đê

presa

tuabin gió

turbina eólica

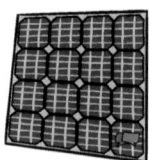

tấm năng lượng mặt trời

panel solar

khí hậu

clima

khách sạn
restaurante

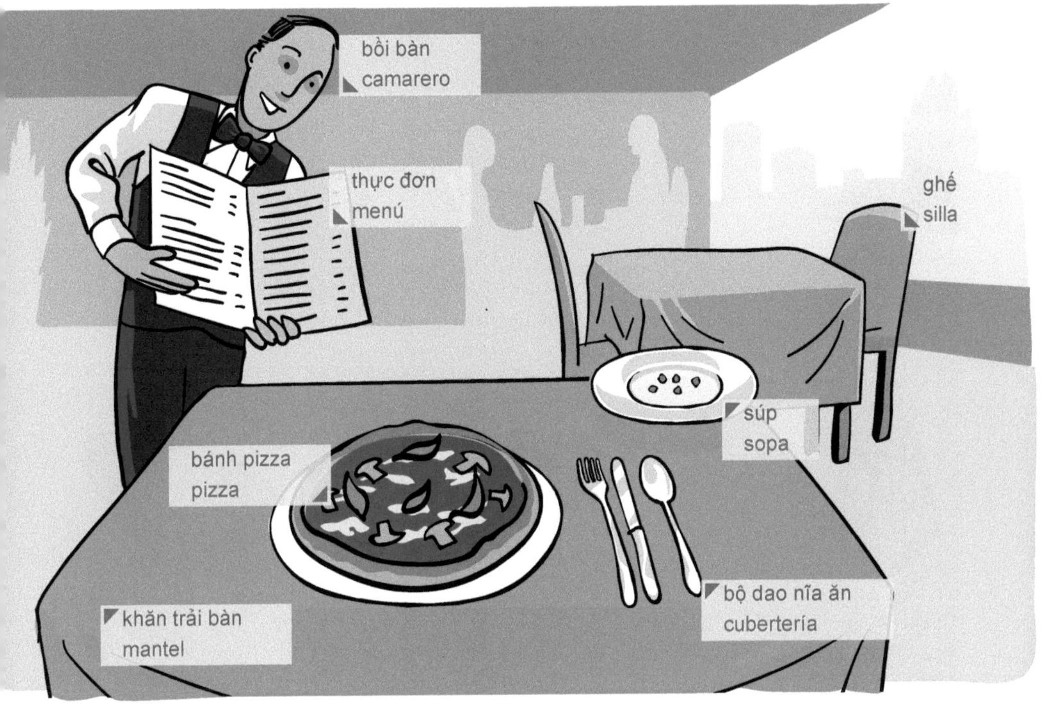

bồi bàn
camarero
thực đơn
menú
ghế
silla
súp
sopa
bánh pizza
pizza
khăn trải bàn
mantel
bộ dao nĩa ăn
cubertería

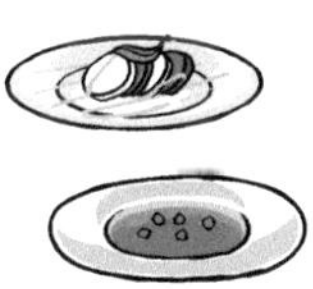

món ăn khai vị
....
primer plato

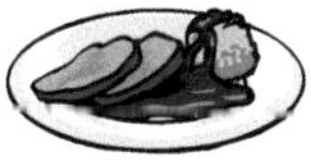

món ăn chính
....
plato principal

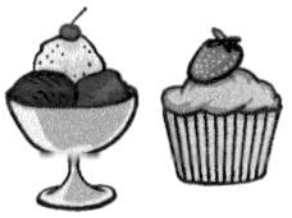

món tráng miệng
....
postre

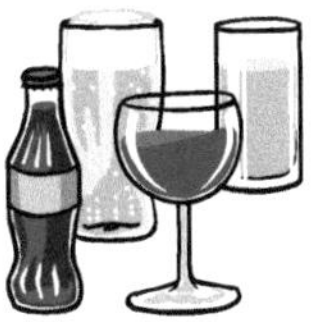

thức uống
....
bebidas

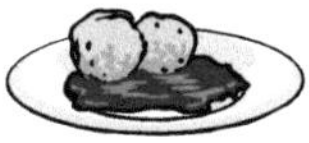

thức ăn
....
comida

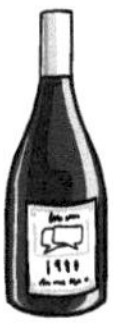

cái chai
....
botella

thức ăn nhanh

comida rápida

thức ăn đường phố

comida callejera

ấm trà

tetera

hộp đường

azucarero

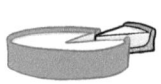

khẩu phần

porción

máy pha espresso

cafetera expreso

ghế cao

trona

hóa đơn

cuenta

khay

bandeja

dao

cuchillo

nĩa

tenedor

thìa

cuchara

thìa uống trà

cucharilla

khăn ăn

servilleta

cốc thủy tinh

vaso

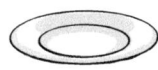

đĩa
plato

đĩa súp
plato hondo

đĩa lót cốc
platillo

nước sốt
salsa

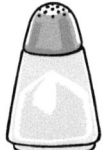

lọ muối
salero

cái xay tiêu
molinillo de pimienta

giấm
vinagre

dầu
aceite

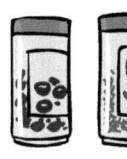

gia vị
especias

nước xốt cà chua
ketchup

tương hạt cải
mostaza

nước sốt mayonnaise
mayonesa

siêu thị

supermercado

chào giá đặc biệt
oferta especial
FOR
khách hàng
cliente
sản phẩm từ sữa
lácteos
trái cây
fruta
xe đẩy mua sắm
carro de la compra

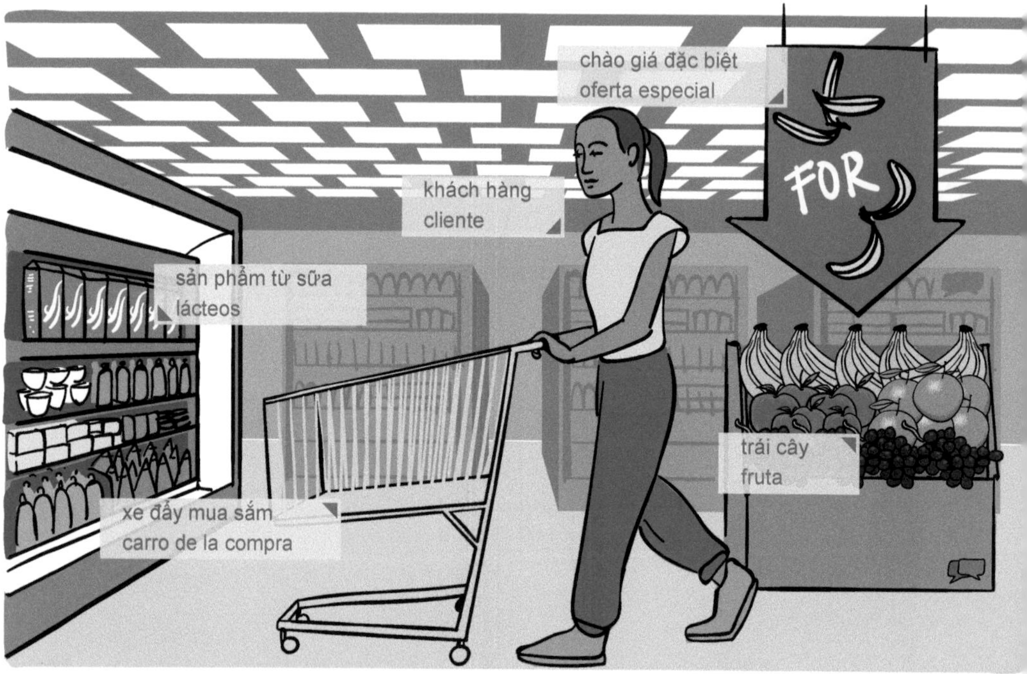

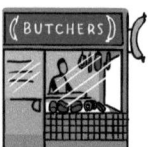

BUTCHERS

lò mổ

carnicería

BAKERY

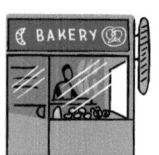

cửa hiệu bán bánh mì

panadería

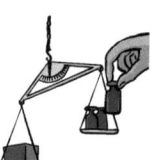

cân nặng

pesar

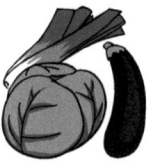

rau quả

verduras

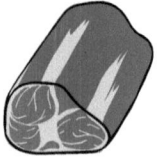

thịt

carne

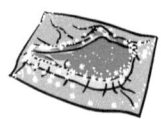

thức ăn đông lạnh

alimentos congelados

lát thịt nguội

fiambres

đồ hộp

conservas

bột giặt

detergente en polvo

đồ ngọt

dulces

sản phẩm dùng trong gia đình

productos de uso doméstico

chất tẩy rửa

productos de limpieza

người bán hàng

vendedora

quầy trả tiền

caja

nhân viên thu ngân

cajero

danh sách mua sắm

lista de la compra

giờ mở cửa

horario de atención al público

ví tiền

cartera

thẻ tín dụng

tarjeta de crédito

túi đeo

bolsa

túi ny lông

bolsa de plástico

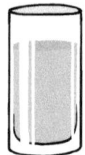

nước

agua

nước quả ép

zumo

sữa

leche

coca-cola

cola

rượu vang

vino

bia

cerveza

cồn

alcohol

cacao

cacao

trà

té

cà phê

café

espresso

expreso

cappuccino

capuchino

chuối

plátano

quả táo

manzana

quả cam

naranja

dưa hấu

melón

chanh

limón

cà rốt

zanahoria

tỏi

ajo

tre

bambú

củ hành

cebolla

nấm

champiñón

hạt dẻ

avellanas

mì

fideos

mì spaghetti

espagueti

cơm

arroz

xà lách

ensalada

khoai tây chiên

patatas fritas

khoai tây chiên

patatas fritas

bánh pizza

pizza

bánh hamburger

hamburguesa

bánh mì sandwich

sándwich

thịt côtlet

filete

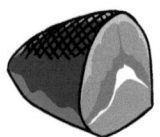

thịt giăm bông

jamón

xúc xích

salami

dồi

salchicha

gà

pollo

rán

asado

cá

pescado

cháo yến mạch

copos de avena

cháo muesli

muesli

bánh bột ngô nướng

copos de maíz

bột mì

harina

bánh sừng bò

cruasán

bánh mì

panecillo

bánh mì

pan

bánh mì nướng

tostada

bánh bích quy

galletas

bơ

mantequilla

sữa đông

cuajada

bánh ngọt

pastel

trứng

huevo

trứng rán

huevo frito

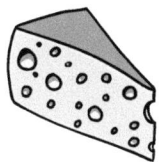

pho mát

queso

kem

helado

đường

azúcar

mật ong

miel

mứt

mermelada

kem nougat

crema de turrón

cà ri

curry

nông trại
granja

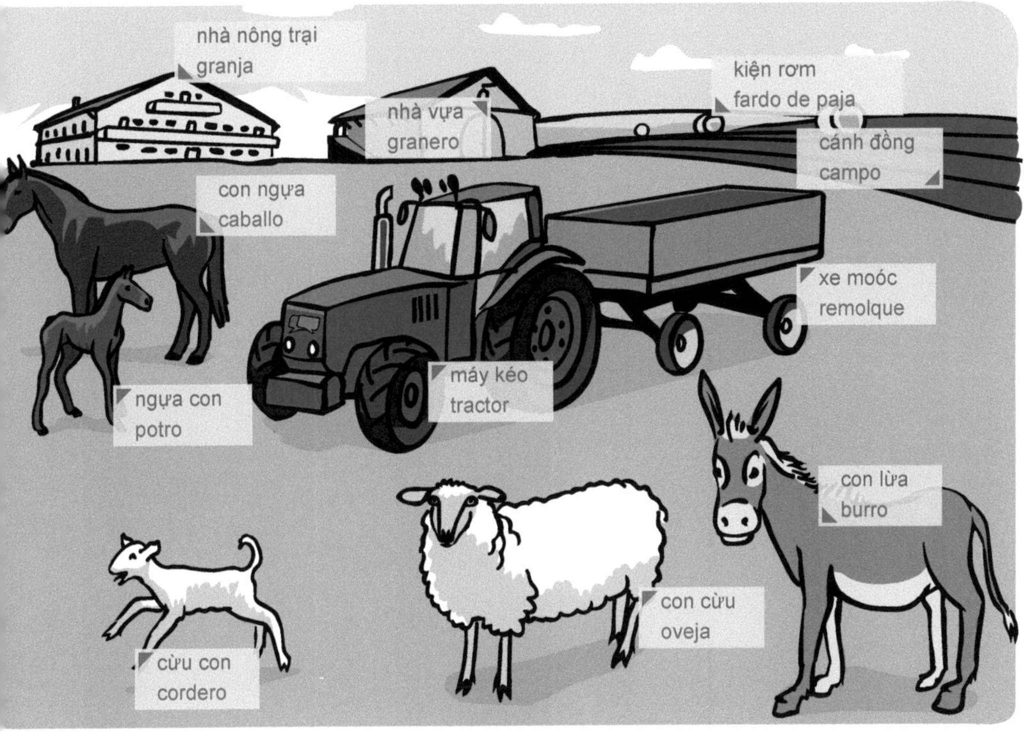
nhà nông trại
granja
nhà vựa
granero
kiện rơm
fardo de paja
cánh đồng
campo
con ngựa
caballo
xe moóc
remolque
máy kéo
tractor
ngựa con
potro
con lừa
burro
con cừu
oveja
cừu con
cordero

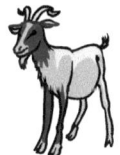

con dê

cabra

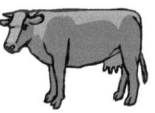

con bò

vaca

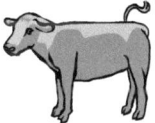

con bê

ternero

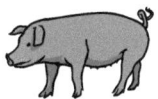

con lợn

cerdo

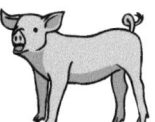

lợn con

cerdito

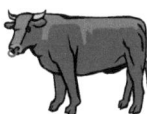

bò đực

toro

con ngỗng

ganso

con vịt

pato

gà con

pollo

gà mái

gallina

gà trống

gallo

con chuột

rata

mèo

gato

chuột nhắt

ratón

bò đực

buey

con chó

perro

nhà chuồng chó

perrera

ống tưới vườn cây

manguera

thùng tưới cây

regadera

lưỡi hái

guadaña

cái cày

arado

cái liềm
hoz

cái cuốc
azada

cái chĩa
horca

cái rìu
hacha

xe cút kít
carretilla

máng ăn
abrevadero

lọ sữa
lechera

bao tải
saco

hàng rào
valla

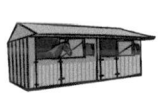

chuồng
establo

nhà kính trồng cây
invernadero

đất trồng
suelo

hạt giống
semilla

phân bón
fertilizador

máy gặt đập liên hợp
cosechadora

thu hoạch

cosechar

mùa thu hoạch

cosecha

khoai lang

ñame

lúa mì

trigo

đậu nành

soja

khoai tây

patata

ngô

maíz

hạt cải dầu

semilla de colza

cây ăn trái

árbol frutal

sắn

mandioca

ngũ cốc

cereales

nhà
casa

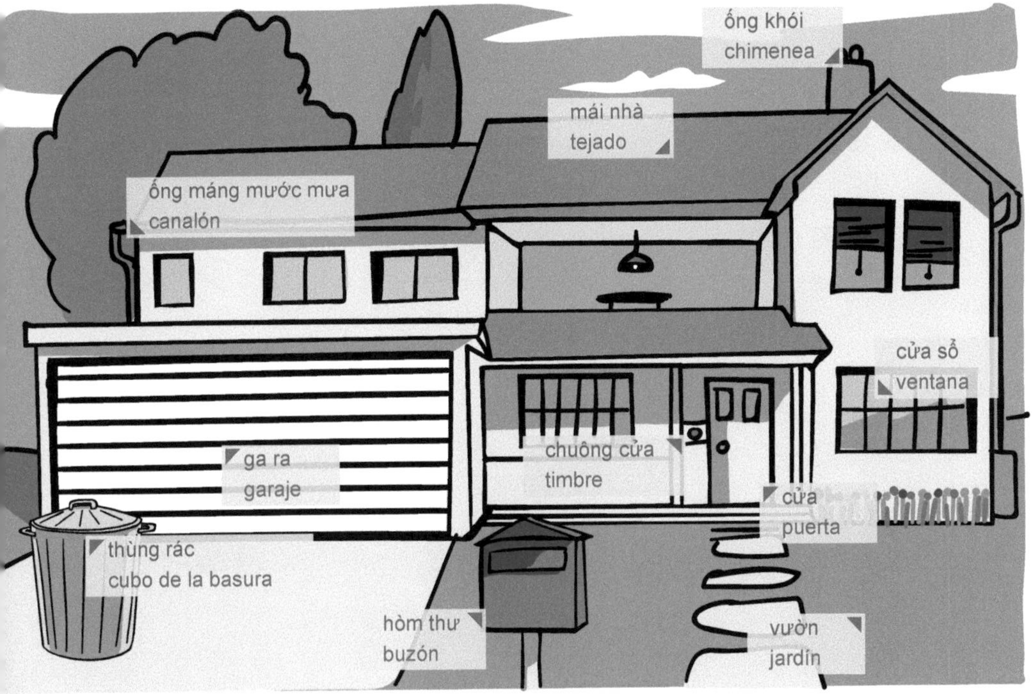

ống khói
chimenea
mái nhà
tejado
ống máng mước mưa
canalón
cửa sổ
ventana
ga ra
garaje
chuông cửa
timbre
cửa
puerta
thùng rác
cubo de la basura
hòm thư
buzón
vườn
jardín

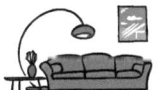

phòng khách

sala

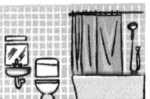

phòng tắm

cuarto de baño

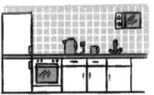

bếp

cocina

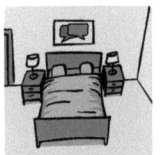

phòng ngủ

dormitorio

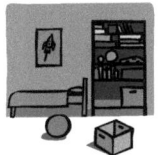

phòng trẻ em

habitación de los niños

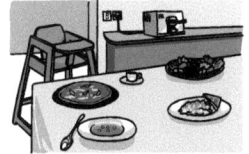

phòng ăn

comedor

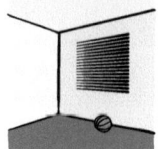

nền nhà
suelo

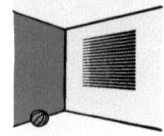

tường
pared

trần nhà
techo

tầng hầm
sótano

tắm hơi
sauna

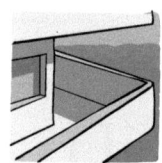

ban công
balcón

sân hiên
terraza

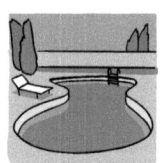

bể bơi
piscina

máy cắt cỏ
cortacésped

khăn trải giường
sábana

khăn trải giường
colcha

giường
cama

chổi
escoba

cái xô
balde

công tắc điện
interruptor

phòng khách
sala

giấy dán tường
papel pintado
hình ảnh
imagen
đèn
lámpara
cái kệ
estante
tủ
armario
ti vi
televisión
lò sưởi
chimenea
bông hoa
flor
gối
cojín
ghế sofa
sofá
bình hoa
jarrón
điều khiển từ xa
mando a distancia

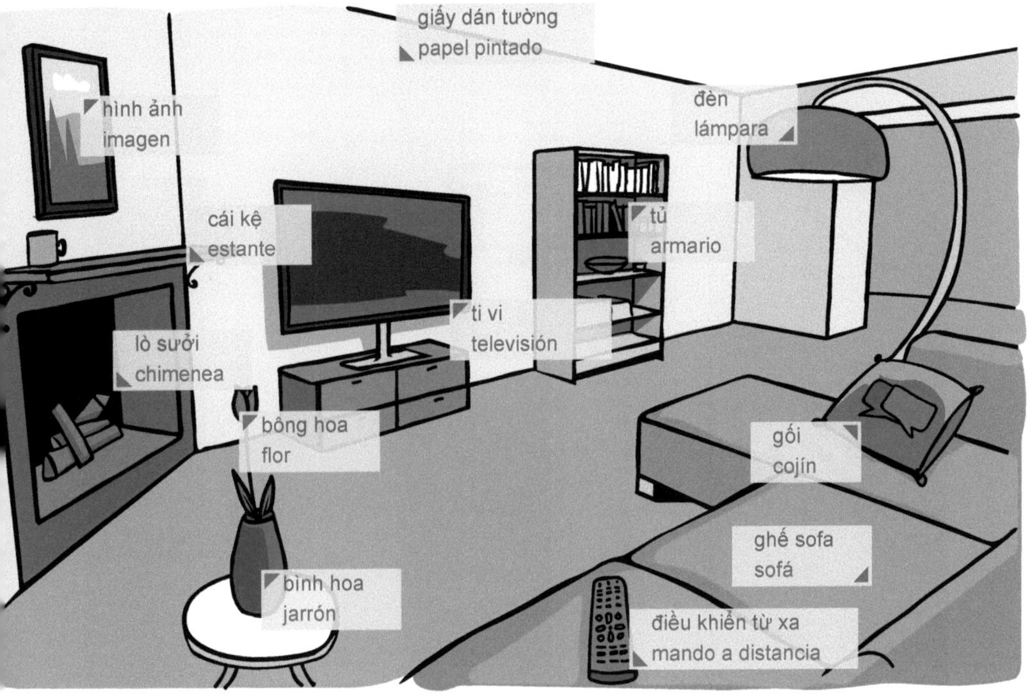

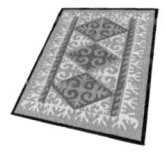

thảm
alfombra

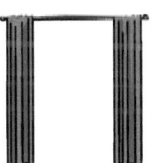

rèm
cortina

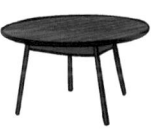

cái bàn
mesa

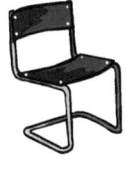

ghế
silla

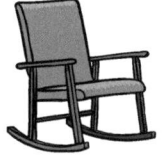

ghế bập bênh
mecedora

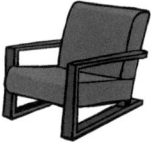

ghế bành
butaca

sách

libro

cái chăn

manta

đồ trang trí

decoración

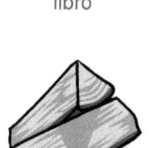

củi

leña

phim

película

máy hi-fi

equipo de música

chìa khóa

llave

báo

periódico

bức tranh

pintura

áp phích

póster

radio

radio

sổ ghi chép

cuaderno

máy hút bụi

aspiradora

cây xương rồng

cactus

cây nến

vela

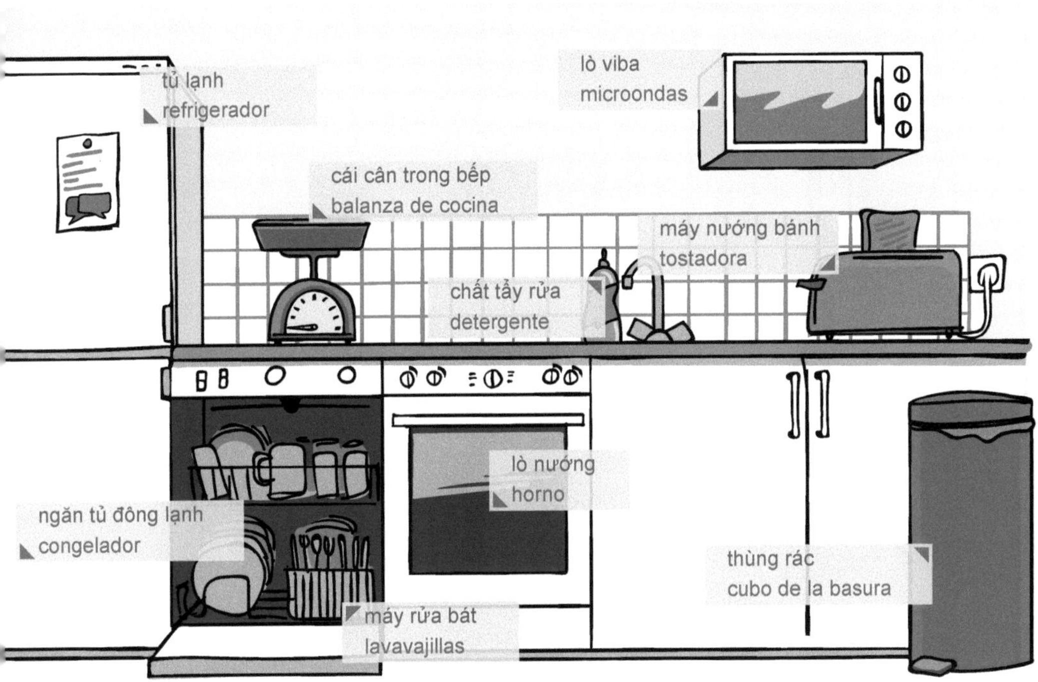

tủ lạnh
refrigerador

lò viba
microondas

cái cân trong bếp
balanza de cocina

máy nướng bánh
tostadora

chất tẩy rửa
detergente

lò nướng
horno

ngăn tủ đông lạnh
congelador

thùng rác
cubo de la basura

máy rửa bát
lavavajillas

lò nấu
olla a presión

nồi
olla

nồi sắt
olla de hierro fundido

chảo
wok / karahi

chảo
cazuela

ấm đun nước
hervidor

nồi đun hơi

vaporera

khay lò nướng

chapa de horno

bát đĩa

vajilla

cốc

taza

cái bát

tazón

đũa

palillos

cái vá

cucharón

bàn xẻng

espumadera

que đánh kem

batidor

rây dùng trong bếp

colador

cái rây lọc

cedazo

cái nạo

rallador

vữa

mortero

vỉ nướng

barbacoa

ngọn lửa trần

hoguera

cái thớt

tabla de picar

trục cán bột

rodillo

cái mở nút chai

sacacorchos

vỏ đồ hộp

lata

cái mở vỏ đồ hộp

abrelatas

miếng nhắc nồi

agarrador

bồn rửa bát

lavabo

bàn chải

cepillo

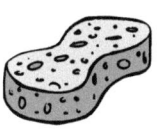

miếng xốp

esponja

máy xay

batidora

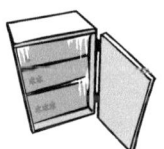

tủ đông lạnh

congelador

bình sữa cho trẻ sơ sinh

biberón

vòi nước

grifo

phòng tắm
cuarto de baño

lò sưởi
calefacción
vòi hoa sen
ducha
khăn lau
toalla
rèm che ngăn tắm
cortina de la ducha
tắm bọt
baño de espuma
bồn tắm
bañera
cốc thủy tinh
vaso
máy giặt
lavadora
vòi nước
grifo
gạch lát
baldosas
cái bô
orinal
bồn rửa bát
lavabo

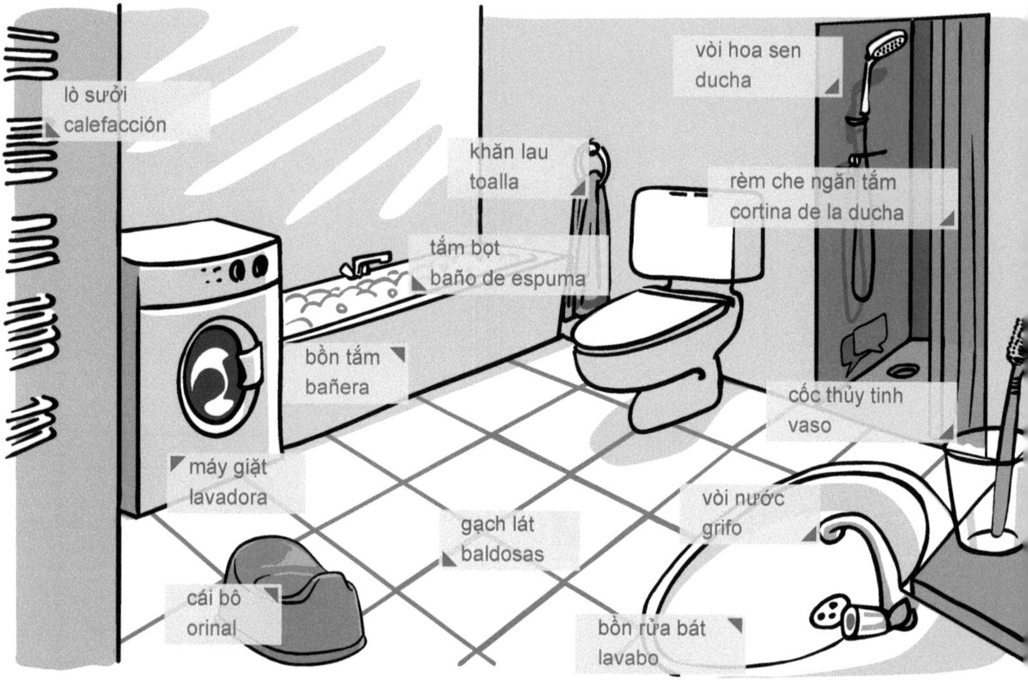

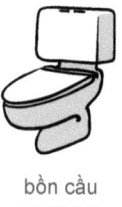

bồn cầu

inodoro

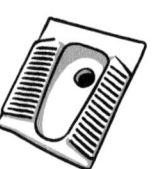

bồn cầu ngồi xổm

inodoro rústico

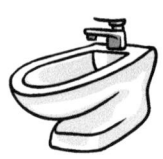

bồn rửa hậu môn

bidé

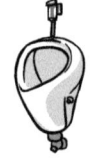

bồn tiểu tiện

urinario

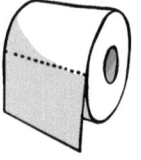

giấy vệ sinh

papel higiénico

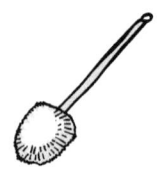

bàn chải cọ bồn cầu

escobilla del váter

bàn chải đánh răng

cepillo de dientes

kem đánh răng

pasta de dientes

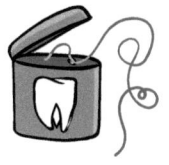

chỉ nha khoa

hilo dental

rửa

lavar

vòi sen cầm tay

ducha de mano

vòi rửa hậu môn

ducha íntima

bồn rửa

pila

bàn chải cọ lưng

cepillo de espalda

xà phòng

jabón

sữa tắm

gel de ducha

dầu gội

champú

khăn cọ để tắm

toallita

lỗ thoát nước

desagüe

kem

crema

chất khử mùi

desodorante

gương

espejo

gương tay

espejo de tocador

dao cạo râu

maquinilla de afeitar

kem cạo râu

espuma de afeitar

nước thơm dùng sau khi cạo râu

loción postafeitado

cái lược

peine

bàn chải

cepillo

máy xấy tóc

secador

keo xịt tóc

laca

đồ trang điểm

maquillaje

thỏi son môi

pintalabios

sơn bôi móng

pintauñas

bông

algodón

kéo cắt móng

cortauñas

nước hoa

perfume

túi đựng đồ tắm

estuche de viaje

ghế đẩu

banqueta

cái cân

balanza

áo choàng tắm

albornoz

găng tay làm vệ sinh

guantes de goma

nút gạc

tampón

băng vệ sinh

compresa

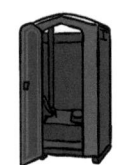

nhà vệ sinh hóa chất

inodoro químico

phòng trẻ em
habitación de los niños

đồng hồ báo thức
despertador
thú bông
peluche
xe đồ chơi
coche de juguete
cái lúc lắc
sonajero
nhà búp bê
casa de muñecas
món quà
regalo

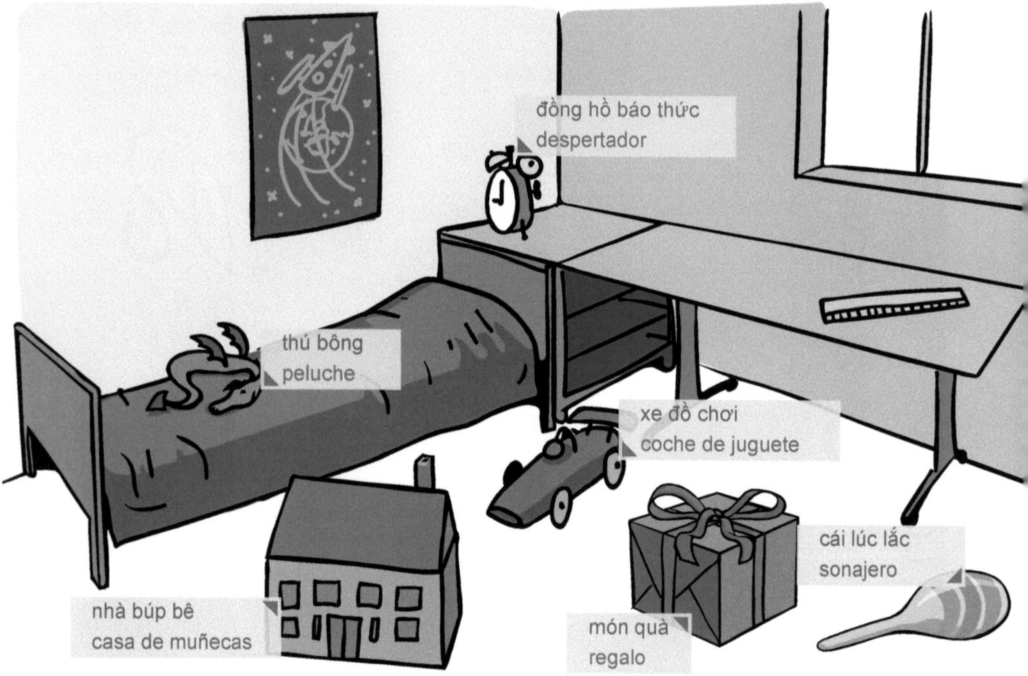

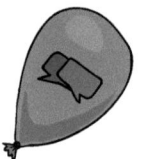

bong bóng

globo

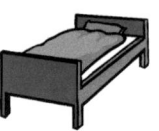

giường

cama

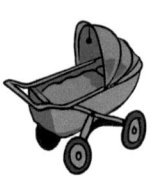

xe nôi

coche de niño

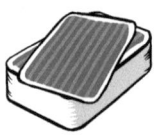

trò chơi bài

naipes

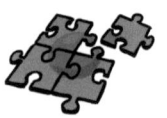

trò chơi ghép hình

puzle

truyện tranh

tebeo

gạch Lego

piezas de lego

khối xếp hình

bloques de juguete

nhân vật hành động

figura de acción

áo liền quần cho trẻ sơ sinh

bodi (de bebé)

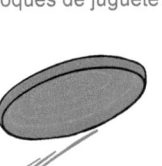

đĩa nhựa để ném

frisbee

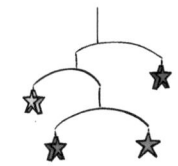

đồ chơi treo trên giường

colgador móvil para bebés

trò chơi cờ bàn

juego de mesa

xúc xắc

dados

đồ chơi xe lửa mô hình

circuito de tren eléctrico

ti giả

maniquí

buổi tiệc

fiesta

sách tranh

álbum de fotos

quả bóng

pelota

búp bê

muñeca

chơi

jugar

hố cát

cajón de arena

cái đu

columpio

đồ chơi

juguetes

máy chơi game cầm tay

videoconsola

xe ba bánh

triciclo

gấu bông

oso de peluche

tủ quần áo

guardarropa

y phục
ropa

bít tất

calcetines

bít tất dài

medias

quần tất

leotardos

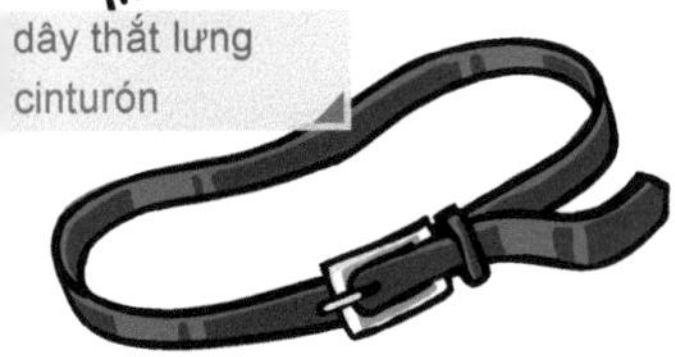

khăn choàng cổ
bufanda

ô che mưa
paraguas

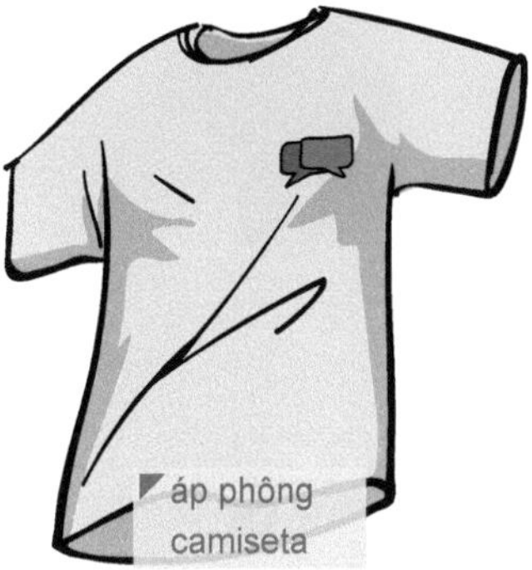

dây thắt lưng
cinturón

áp phông
camiseta

giày sneaker
deportivas

ủng
botas

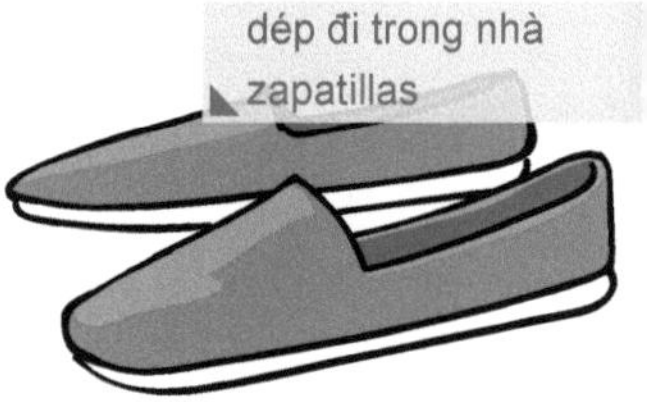

dép đi trong nhà
zapatillas

dép xăng đan
sandalias

giày
zapatos

ủng cao su
botas de goma

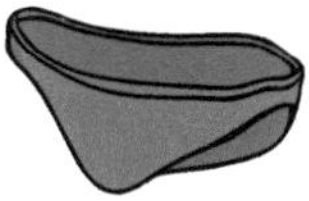

quần lót
slip

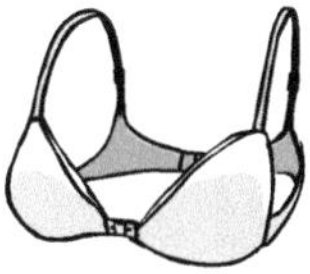

áo ngực
sostén

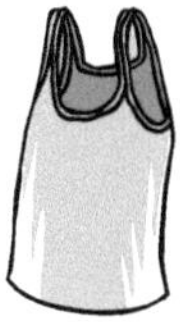

áo vest
chaleco

áo ôm sát cơ thể

bodi

quần dài

pantalones

quần bò

vaqueros

váy

falda

áo cánh

blusa

áo sơ mi

camisa

áo len chui đầu

jersey

áo len

suéter

áo blazer

blazer

áo jacket

chaqueta

áo khoác

abrigo

áo mưa

gabardina

trang phục

traje

áo váy

vestido

áo cưới

vestido de novia

bộ com lê
traje

áo ngủ
camisón

pijama
pijama

trang phục sari
sari

khăn trùm đầu
bandana

khăn đội đầu
turbante

áo burka
burka

áo captan
caftán

áo aba
abaya

quần áo bơi
traje de baño

quần bơi
bañador

quần đùi
pantalones cortos

quần áo tracksuit
chándal

tạp dề
delantal

găng tay
guantes

cái cúc
botón

kính mắt
gafas

vòng đeo tay
brazalete

vòng cổ
collar

nhẫn
anillo

hoa tai
pendiente

mũ lưỡi trai
gorra

cái mắc treo áo quần
percha

mũ
sombrero

cà vạt
corbata

dây kéo phéc mơ tuya
cremallera

mũ bảo hiểm
casco

dây đeo quần
tirantes

đồng phục học sinh
uniforme escolar

đồng phục
uniforme

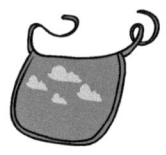

yếm trẻ em

babero

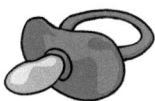

ti giả

maniquí

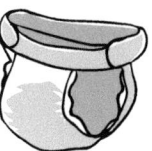

tã lót

pañal

văn phòng
oficina

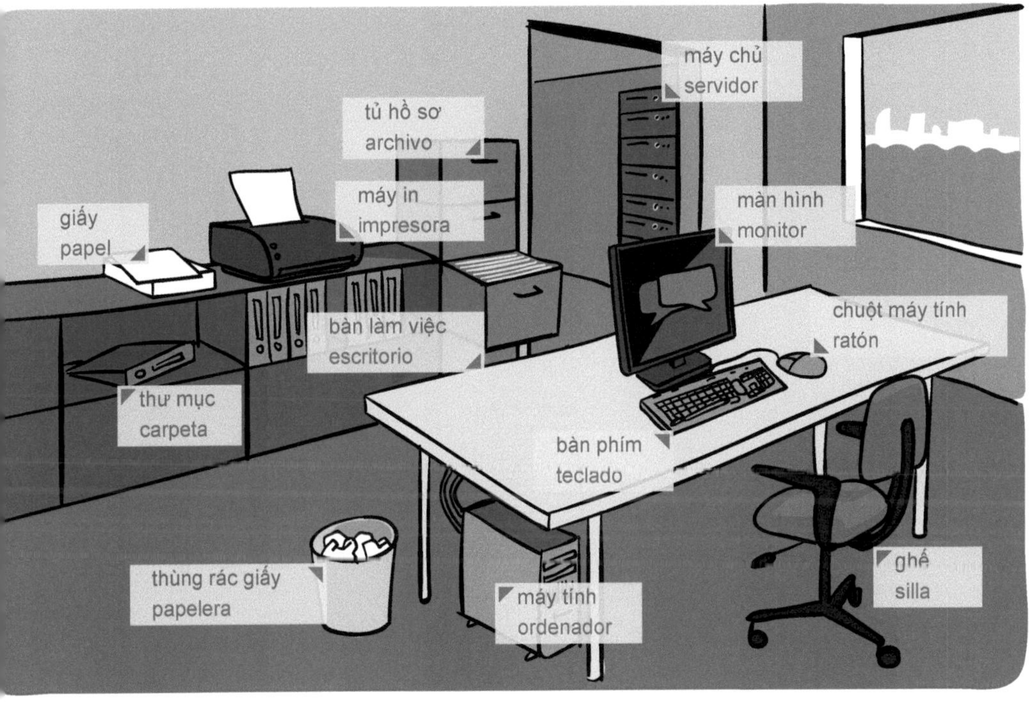

máy chủ
servidor
tủ hồ sơ
archivo
máy in
impresora
giấy
papel
màn hình
monitor
chuột máy tính
ratón
bàn làm việc
escritorio
thư mục
carpeta
bàn phím
teclado
thùng rác giấy
papelera
ghế
silla
máy tính
ordenador

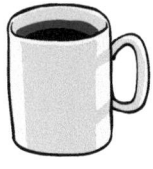

cốc cà phê

taza de café

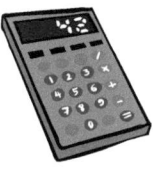

máy tính bỏ túi

calculadora

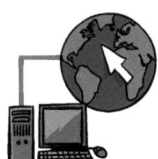

internet

internet

laptop

portátil

thư

carta

tin nhắn

mensaje

điện thoại di động

móvil

mạng

red

máy photocopy

fotocopiadora

phần mềm

software

điện thoại

teléfono

ổ cắm điện

toma de corriente

máy fax

fax

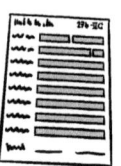

mẫu đơn

formulario

chứng từ

documento

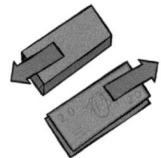

mua

comprar

trả tiền

pagar

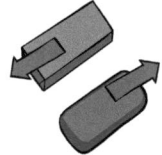

buôn bán

comerciar

tiền

dinero

đô la

dólar

Euro

euro

yên

yen

rúp

rublo

franc Thụy Sĩ

franco suizo

nhân dân tệ

renminbi yuan

rupi

rupia

máy rút tiền tự động

cajero automático

quầy đổi tiền

oficina de cambio de divisas

vàng

oro

bạc

plata

dầu

petróleo

năng lượng

energía

giá tiền

precio

hợp đồng

contrato

thuế

impuesto

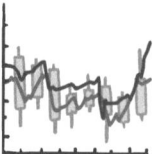

cổ phiếu

acción

làm việc

trabajar

nhân viên

empleado

chủ lao động

empleador

nhà máy

fábrica

cửa hiệu

tienda

lính cứu hỏa
bombero

nhân viên cảnh sát
agente de policía

đầu bếp
cocinero

bác sĩ
médico

phi công
piloto

người làm vườn
jardinero

thợ mộc
carpintero

thợ may
costurera

chánh án
juez

nhà hóa học
farmacéutico

diễn viên
actor

tài xế xe buýt

conductor de autobús

người lái taxi

taxista

ngư dân

pescador

người lau dọn vệ sinh

señora de la limpieza

thợ lợp mái nhà

techador

bồi bàn

camarero

thợ săn

cazador

họa sĩ

pintor

thợ làm bánh

panadero

thợ điện

electricista

thợ xây dựng

obrero

kỹ sư

ingeniero

người hàng thịt

carnicero

thợ sửa ống nước

fontanero

người đưa thư

cartero

người lính

soldado

kiến trúc sư

arquitecto

nhân viên thu ngân

cajero

người bán hoa

florista

thợ cắt tóc

peluquero

nhân viên soát vé

revisor

thợ cơ khí

mecánico

thuyền trưởng

capitán

nha sĩ

dentista

nhà khoa học

científico

giáo sĩ Do thái

rabino

lãnh tụ Hồi giáo

imán

nhà sư

monje

mục sư

sacerdote

dụng cụ

herramientas

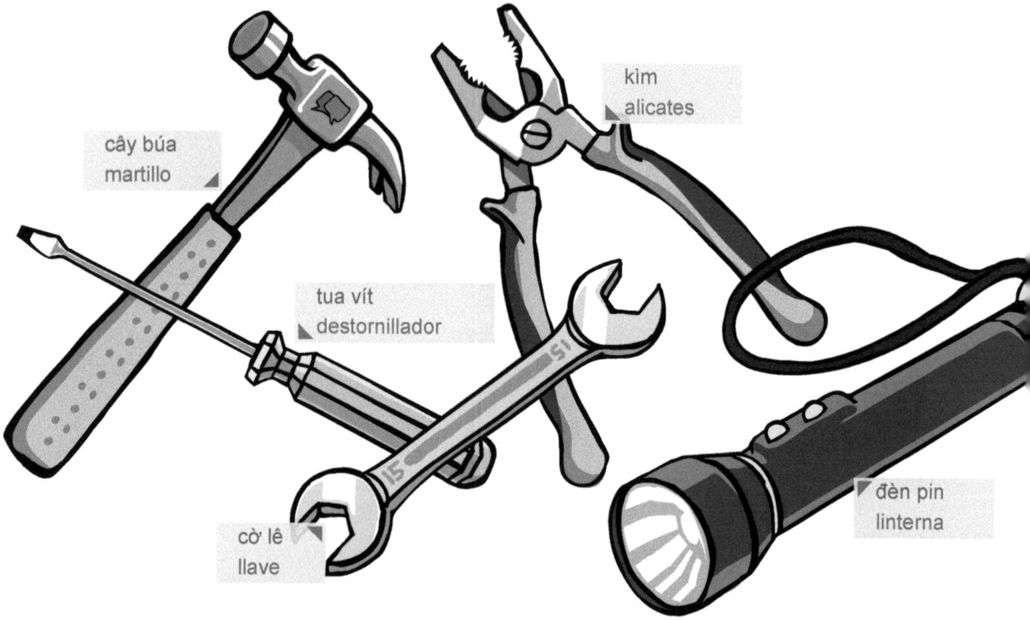

kìm
alicates
cây búa
martillo
tua vít
destornillador
cờ lê
llave
đèn pin
linterna

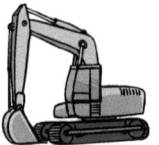

máy xúc đất

excavadora

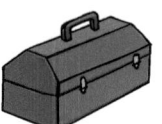

hộp dụng cụ

caja de herramientas

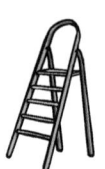

cái thang

escalera de mano

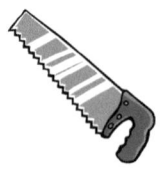

cưa

sierra

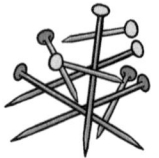

đinh

clavos

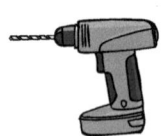

máy khoan

taladro

sửa chữa

reparar

cái xẻng

pala

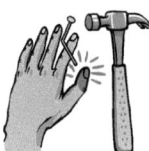

khốn nạn!

¡Maldita sea!

cái hót rác

recogedor

thùng sơn

bote de pintura

vít

tornillos

nhạc cụ

instrumentos musicales

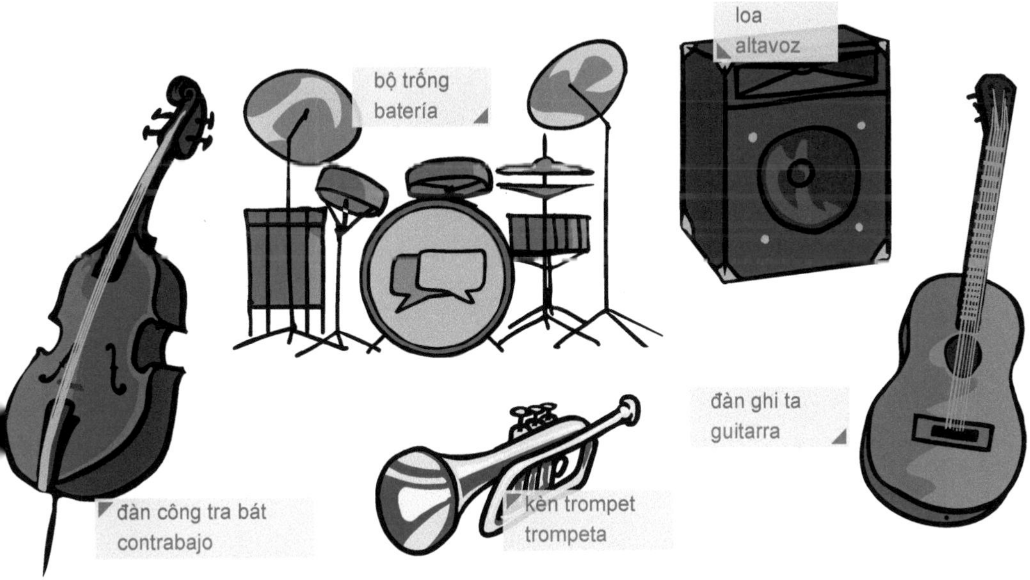

loa
altavoz

bộ trống
batería

đàn ghi ta
guitarra

đàn công tra bát
contrabajo

kèn trompet
trompeta

đàn piano

piano

đàn vĩ cầm

violín

ghi ta bass

bajo

trống định âm

timbales

trống

tambor

đàn organ

teclado

kèn Saxophone

saxofón

sáo

flauta

micro

micrófono

vườn bách thú

zoo

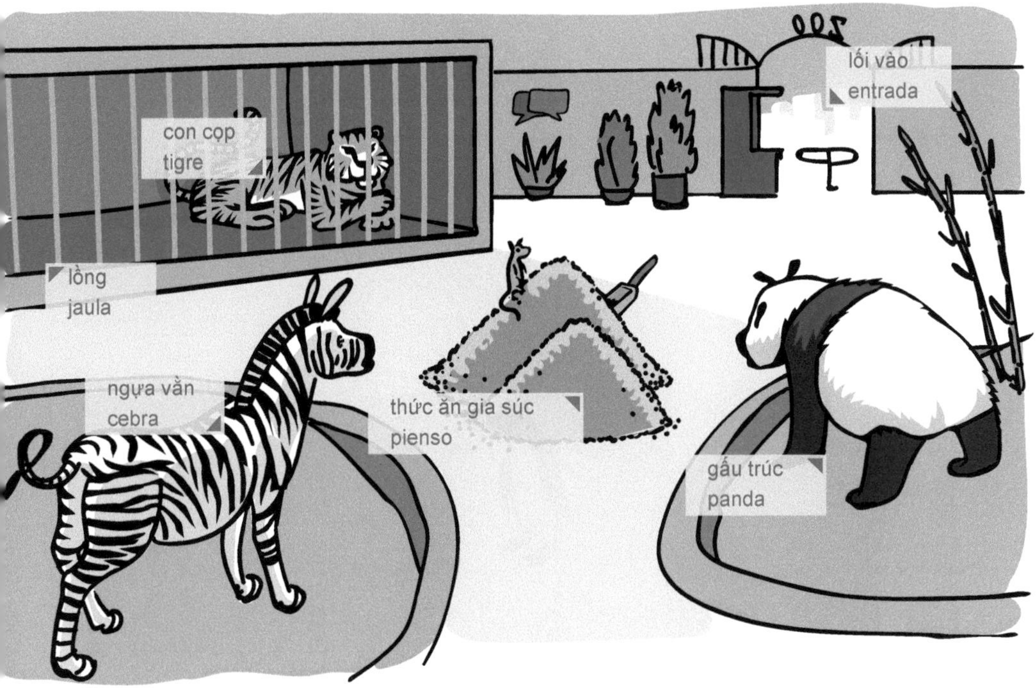

zoo
lối vào
entrada
con cọp
tigre
lồng
jaula
ngựa vằn
cebra
thức ăn gia súc
pienso
gấu trúc
panda

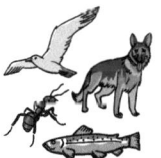

động vật

animales

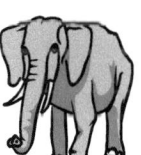

con voi

elefante

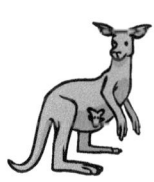

chuột túi

canguro

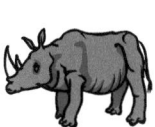

tê giác

rinoceronte

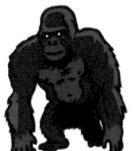

khỉ đột

gorila

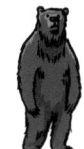

con gấu

oso

lạc đà
camello

đà điểu
avestruz

sư tử
león

con khỉ
mono

hồng hạc
flamingo

con vẹt
loro

gấu bắc cực
oso polar

chim cánh cụt
pingüino

cá mập
tiburón

con công
pavo real

con rắn
serpiente

cá sấu
cocodrilo

người trông giữ vườn bách
thú
guardián de zoológico

hải cẩu
foca

báo đốm
jaguar

ngựa lùn
poni

con báo
leopardo

hà mã
hipopótamo

hươu cao cổ
jirafa

đại bàng
águila

heo rừng
jabalí

cá
pescado

con rùa
tortuga

hải mã
morsa

con cáo
zorro

linh dương
gacela

bóng bầu dục Mỹ
fútbol americano

đua xe đạp
ciclismo

quần vợt
tenis

bóng rổ
baloncesto

bơi
natación

khúc côn cầu trên băng
hockey sobre hielo

đấm bốc
boxeo

bóng đá
fútbol

cầu lông
bádminton

điền kinh
atletismo

bóng ném
balonmano

trượt tuyết
esquí

polo
polo

cười
reír

nhảy
saltar

ôm
abrazar

đi bộ
caminar

ca hát
cantar

mơ
soñar

cầu nguyện
rezar

hôn
besar

viết
escribir

vẽ
dibujar

chỉ trỏ
mostrar

đẩy
empujar

cho
dar

lấy đi
tomar

có
....
tener

làm
....
hacer

thì / là
....
ser

đứng
....
estar de pie

chạy
....
correr

kéo
....
tirar

ném
....
tirar

rơi
....
caer

nằm
....
yacer

chờ đợi
....
esperar

mang vác
....
llevar

ngồi
....
estar sentado

mặc quần áo
....
vestirse

ngủ
....
dormir

thức dậy
....
despertar

các hoạt động - actividades

xem

mirar

khóc

llorar

vuốt ve

acariciar

chải

peinar

nói chuyện

hablar

hiểu

entender

câu hỏi

preguntar

nghe

escuchar

uống

beber

ăn

comer

dọn dẹp

ordenar

yêu

amar

nấu nướng

cocinar

lái xe

conducir

bay

volar

đi thuyền buồm

navegar

tính toán

calcular

đọc

leer

học

aprender

làm việc

trabajar

cưới

casarse

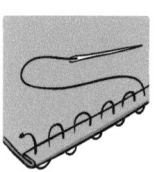

khâu vá

coser

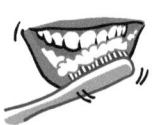

đánh răng

cepillarse los dientes

giết

matar

hút thuốc

fumar

gửi đi

enviar

gia đình
familia

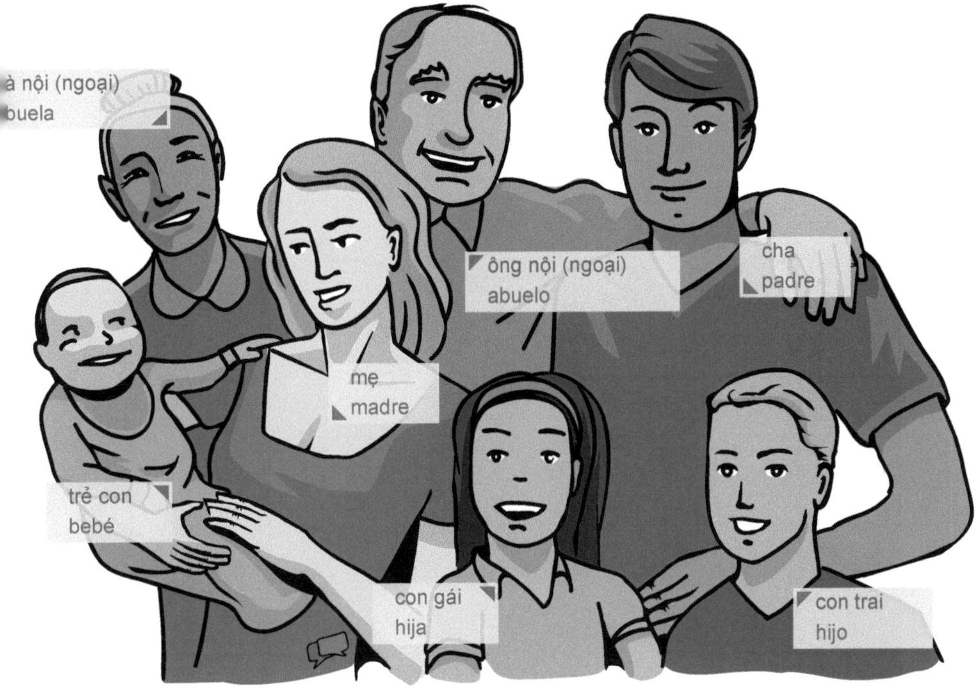

à nội (ngoại)
buela
ông nội (ngoại)
abuelo
cha
padre
mẹ
madre
trẻ con
bebé
con gái
hija
con trai
hijo

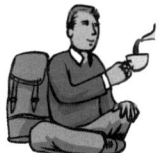

khách

invitado

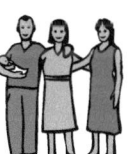

cô (dì)

tía

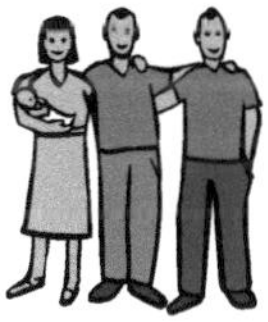

chú, bác (cậu)

tío

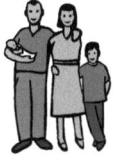

anh (em) trai

hermano

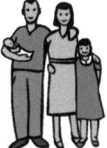

chị (em) gái

hermana

cơ thể

cuerpo

trán
frente
mắt
ojo
vai
hombro
ngón tay
dedo
mặt
cara
cằm
barbilla
bàn tay
mano
chân
pierna
ngực
pecho
cánh tay
brazo

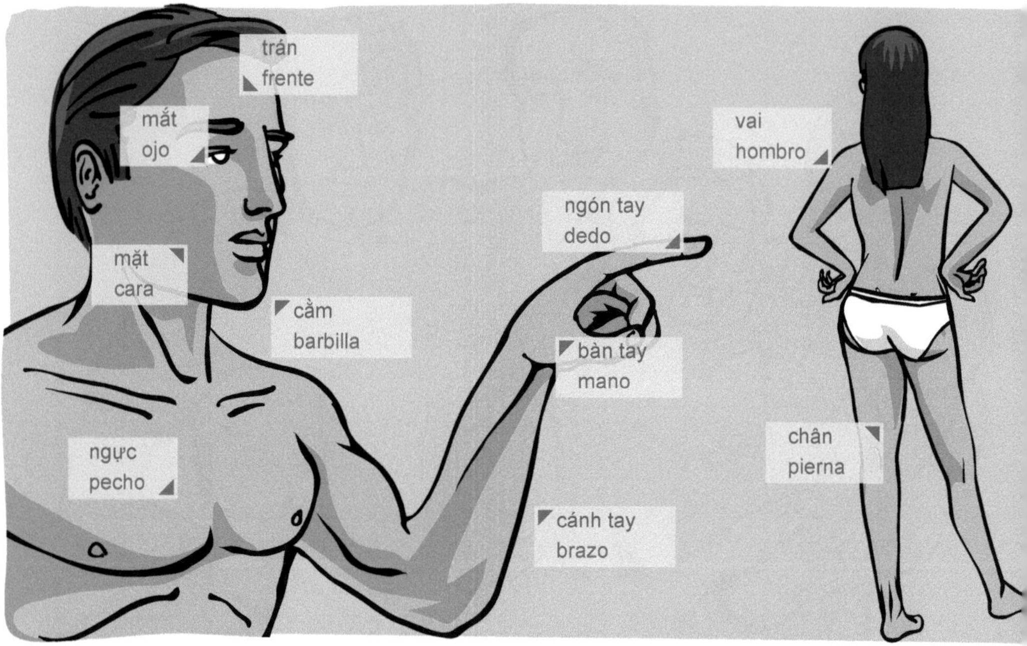

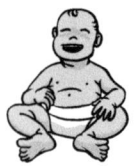

trẻ con

bebé

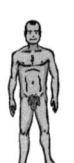

đàn ông

hombre

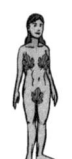

phụ nữ

mujer

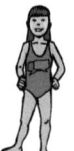

bé gái

chica

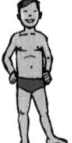

bé trai

chico

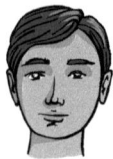

đầu

cabeza

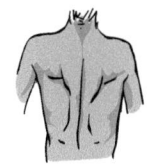

lưng
espalda

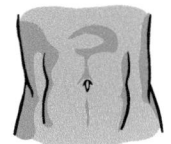

bụng
vientre

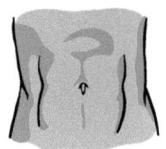

rốn
ombligo

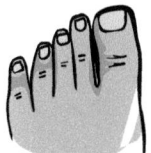

ngón chân
dedo del pie

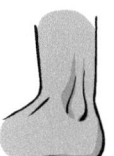

gót chân
talón

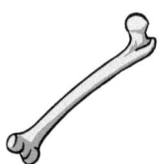

xương
hueso

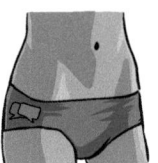

hông
cadera

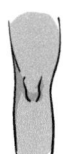

đầu gối
rodilla

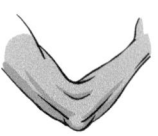

khuỷu tay
codo

mũi
nariz

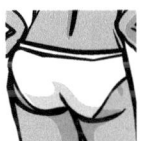

mông
trasero

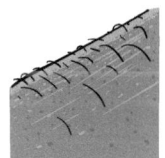

da
piel

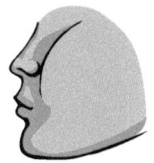

má
mejilla

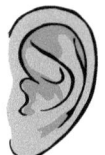

tai
oído

môi
labio

miệng
boca

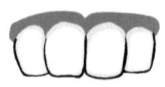

răng
diente

lưỡi
lengua

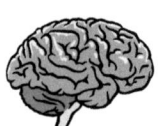

não
cerebro

tim
corazón

cơ bắp
músculo

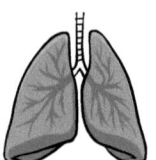

phổi
pulmón

gan
hígado

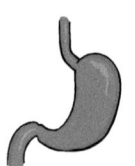

dạ dày
estómago

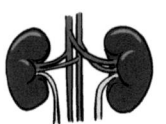

thận
riñones

giao hợp
sexo

bao cao su
condón

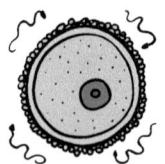

noãn
ovario

tinh dịch
semen

mang thai
embarazo

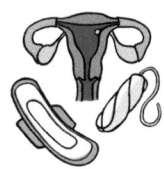

kinh nguyệt
menstruación

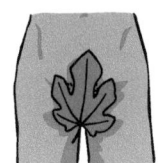

âm vật
vagina

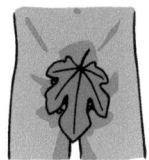

dương vật
pene

lông mày
ceja

tóc
pelo

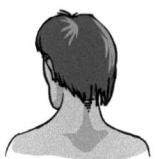

cổ
cuello

bệnh viện
hospital

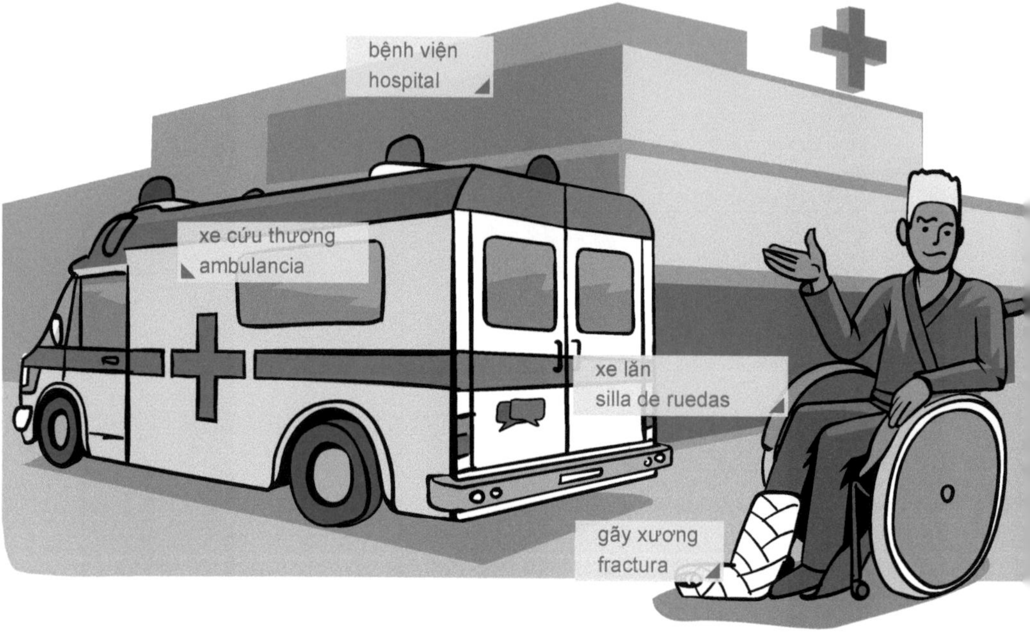

bệnh viện
hospital
xe cứu thương
ambulancia
xe lăn
silla de ruedas
gãy xương
fractura

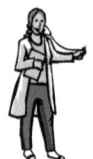

bác sĩ

médico

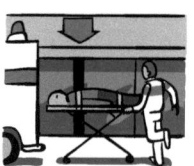

phòng cấp cứu

sala de urgencias

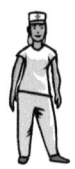

y tá

enfermera

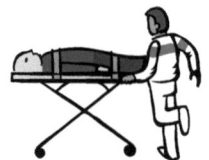

cấp cứu

urgencia

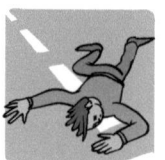

bất tỉnh

inconsciente

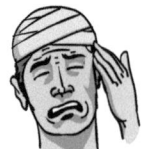

cơn đau

dolor

bị thương
lesión

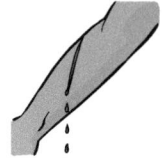

chảy máu
hemorragia

nhồi máu cơ tim
infarto

đột quỵ
ictus

dị ứng
alergia

ho
tos

sốt
fiebre

cúm
gripe

tiêu chảy
diarrea

đau đầu
dolor de cabeza

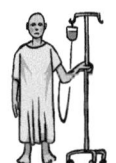

ung thư
cáncer

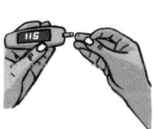

bệnh tiểu đường
diabetes

bác sĩ phẫu thuật
cirujano

dao mổ
bisturí

giải phẫu
operación

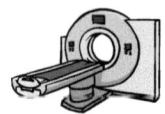

chụp cắt lớp

TAC

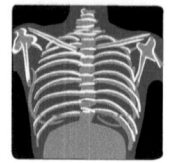

chụp x-quang

rayos x

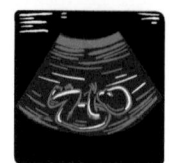

siêu âm

ultrasonido

mặt nạ

mascarilla

bệnh

enfermedad

phòng đợi

sala de espera

cái nạng

muleta

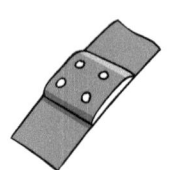

băng dán vết thương

tirita

băng bó

venda

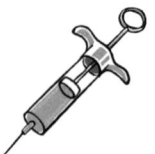

tiêm thuốc

inyección

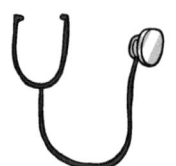

ống nghe khám bệnh

estetoscopio

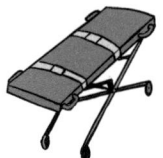

băng ca

camilla

nhiệt kế

termómetro

sinh đẻ

nacimiento

thừa cân

sobrepeso

máy trợ thính

audífono

chất khử trùng

desinfectante

nhiễm trùng

infección

vi rút

virus

HIV / AIDS

VIH / SIDA

thuốc

medicina

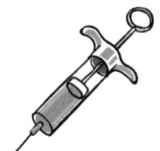

tiêm chủng

vacunación

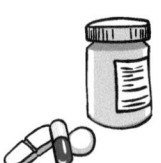

thuốc viên

tabletas

viên thuốc

pastilla

gọi cấp cứu

llamada de urgencia

máy đo huyết áp

tensiómetro

bệnh / khỏe mạnh

enfermo / sano

cứu!
¡Socorro!

báo động
alarma

cuộc đột kích
asalto

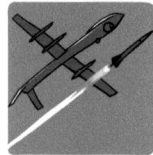

sự tấn công
ataque

mối nguy hiểm
peligro

lối thoát hiểm
salida de emergencia

cháy!
¡Fuego!

bình chữa cháy
extintor de incendios

tai nạn
accidente

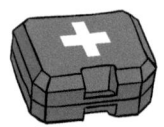

bộ dụng cụ sơ cứu
botiquín de primeros auxilios

SOS
SOS

cảnh sát
policía

châu Âu

Europa

Bắc Mỹ

Norteamérica

Nam Mỹ

Sudamérica

châu Phi

África

châu Á

Asia

châu Úc

Australia

Đại Tây Dương

Atlántico

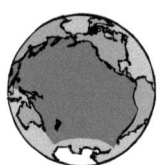

Thái Bình Dương

Pacífico

Ấn Độ Dương

Océano Índico

Nam Cực Dương

Océano Antártico

Bắc Băng Dương

Océano Ártico

bắc cực

polo norte

nam cực
polo sur

nam cực
Antártida

trái đất
tierra

đất liền
tierra

biển
mar

đảo
isla

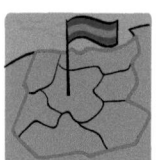

quốc gia
nación

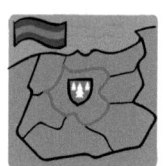

nhà nước
estado

mặt đồng hồ

esfera

kim chỉ giờ

manecilla de las horas

kim chỉ phút

minutero

kim chỉ giây

segundero

Bây giờ là mấy giờ?

¿Qué hora es?

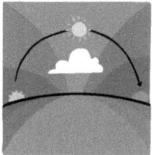

ngày

día

thời gian

tiempo

bây giờ

ahora

đồng hồ điện tử

reloj digital

phút

minuto

giờ

hora

tuần lễ

semana

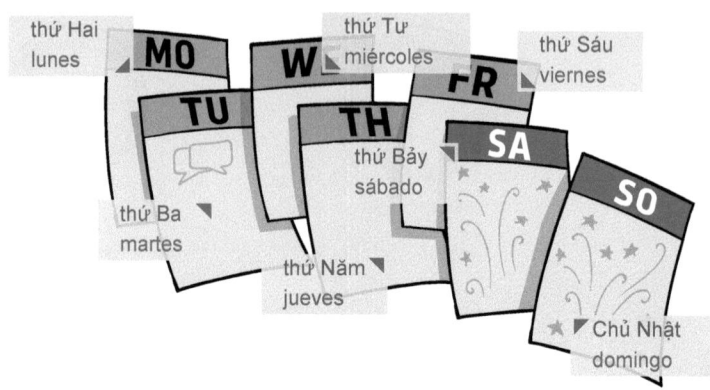

thứ Hai
lunes

thứ Tư
miércoles

thứ Sáu
viernes

thứ Ba
martes

thứ Bảy
sábado

thứ Năm
jueves

Chủ Nhật
domingo

hôm qua

ayer

hôm nay

hoy

ngày mai

mañana

buổi sáng

mañana

buổi trưa

mediodía

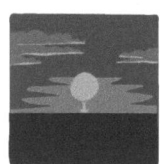

buổi tối

tarde

MO	TU	WE	TH	FR	SA	SU
1	2	3	4	5	6	7
8	9	10	11	12	13	14
15	16	17	18	19	20	21
22	23	24	25	26	27	28
29	30	31	1	2	3	4

ngày làm việc

días laborables

MO	TU	WE	TH	FR	SA	SU
1	2	3	4	5	6	7
8	9	10	11	12	13	14
15	16	17	18	19	20	21
22	23	24	25	26	27	28
29	30	31	1	2	3	4

cuối tuần

fin de semana

năm
año

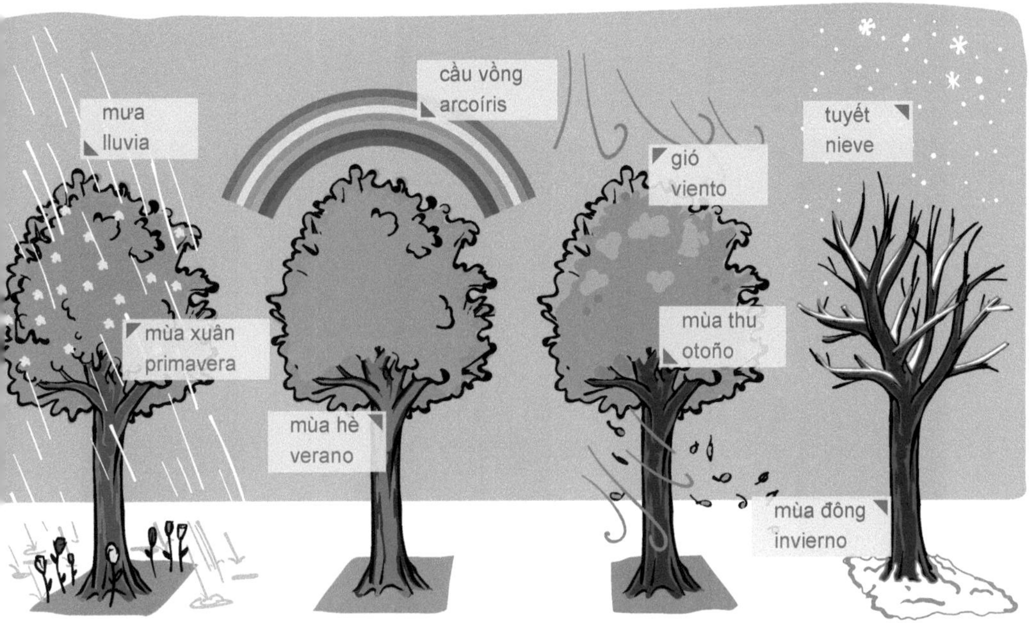
mưa
lluvia
cầu vồng
arcoíris
gió
viento
tuyết
nieve
mùa xuân
primavera
mùa hè
verano
mùa thu
otoño
mùa đông
invierno

4.APRIL 11°
5.APRIL 4°
6.APRIL 13°
7.APRIL 8°
8.APRIL 10°

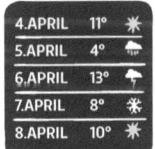

dự báo thời tiết

pronóstico del tiempo

F
C
120
90
60
30
0
-30
40
30
20
10
0
-10
-20

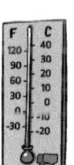

nhiệt kế

termómetro

ánh nắng

sol

mây

nube

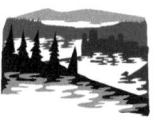

sương mù

niebla

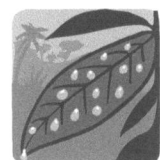

độ ẩm không khí

humedad

tia chớp
rayo

sấm sét
trueno

cơn bão
tormenta

mưa đá
granizo

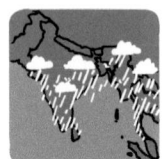

gió mùa
monzón

lũ lụt
inundación

nước đá
hielo

tháng Một
enero

tháng Hai
febrero

tháng Ba
marzo

tháng Tư
abril

tháng Năm
mayo

tháng Sáu
junio

tháng Bảy
julio

tháng Tám
agosto

năm - año

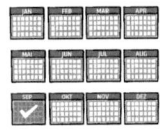

tháng Chín
....
septiembre

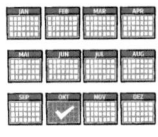

tháng Mười
....
octubre

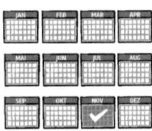

tháng Mười Một
....
noviembre

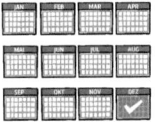

tháng Mười Hai
....
diciembre

hình dạng
formas

hình tròn
....
círculo

hình vuông
....
cuadrado

hình chữ nhật
....
rectángulo

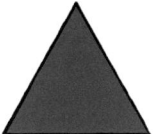

hình tam giác
....
triángulo

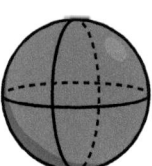

hình cầu
....
esfera

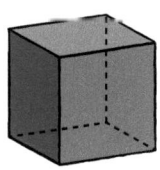

khối vuông
....
cubo

màu trắng

blanco

màu vàng

amarillo

màu cam

anaranjado

màu hồng

rosa

màu đỏ

rojo

màu tím

morado

màu xanh dương

azul

màu xanh lá cây

verde

màu nâu

marrón

màu xám

gris

màu đen

negro

nhiều / ít

mucho / poco

tức tối / điềm tĩnh

enojado / tranquilo

xinh đẹp / xấu xí

bonito / feo

bắt đầu / kết thúc

principio / fin

to / nhỏ

grande / pequeño

sáng / tối

claro / oscuro

anh (em) trai / chị (em) gái

hermano / hermana

sạch / bẩn

limpio / sucio

đủ / thiếu

completo / incompleto

ngày / đêm

día / noche

chết / sống

muerto / vivo

rộng / chật hẹp

ancho / estrecho

ăn được / không ăn được

comestible / no comestible

ác / tử tế

malo / amable

hào hứng / chán nản

entusiasmado / aburrido

béo / gầy

gordo / delgado

đầu tiên / cuối cùng

primero / último

bạn / thù

amigo / enemigo

đầy / rỗng

lleno / vacío

cứng / mềm

duro / blando

nặng / nhẹ

pesado / ligero

đói / khát

hambre / sed

bệnh / khỏe mạnh

enfermo / sano

bất hợp pháp / hợp pháp

ilegal / legal

thông minh / ngu

inteligente / tonto

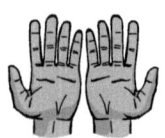

trái / phải

izquierda / derecha

gần / xa

cerca / lejos

mới / cũ

nuevo / usado

không có gì cả / có cái gì đó

nada / algo

già / trẻ

viejo / joven

bật / tắc

encendido / apagado

mở / đóng

abierto / cerrado

im lặng / ồn ào

silencioso / ruidoso

giàu / nghèo

rico / pobre

đúng / sai

correcto / incorrecto

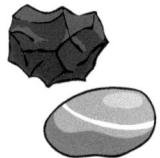

sần sùi / mịn màng

áspero / suave

buồn / vui

triste / contento

ngắn / dài

corto / largo

chậm / nhanh

lento / rápido

ẩm ướt / khô ráo

húmedo / seco

ấm áp / mát mẻ

cálido / frío

chiến tranh / hòa bình

guerra / paz

con số
números

0

số không

cero

1

một

uno

2

hai

dos

3

ba

tres

4

bốn

cuatro

5

năm

cinco

6

sáu

seis

7

bảy

siete

8

tám

ocho

9

chín

nueve

10

mười

diez

11

mười một

once

12
mười hai
doce

13
mười ba
trece

14
mười bốn
catorce

15
mười lăm
quince

16
mười sáu
dieciséis

17
mười bảy
diecisiete

18
mười tám
dieciocho

19
mười chín
diecinueve

20
hai mươi
veinte

100
một trăm
cien

1.000
một ngàn
mil

1.000.000
một triệu
millón

tiếng Anh

inglés

tiếng Anh Mỹ

inglés americano

tiếng Quan Thoại

chino mandarín

tiếng Hin-di

hindi

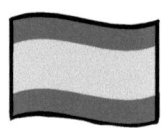

tiếng Tây Ban Nha

español

tiếng Pháp

francés

tiếng Ả-rập

árabe

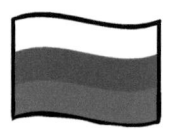

tiếng Nga

ruso

tiếng Bồ Đào Nha

portugués

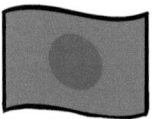

tiếng Bengal

bengalí

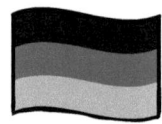

tiếng Đức

alemán

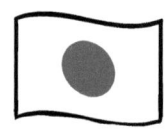

tiếng Nhật

japonés

tôi
yo

bạn
tú

anh ta / cô ta / nó
él / ella / ello

chúng tôi
nosotros/as

các bạn
vosotros/as

họ
ellos/as

ai?
¿quién?

cái gì?
¿qué?

như thế nào?
¿cómo?

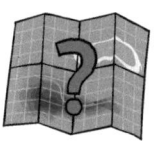

ở đâu?
¿dónde?

lúc nào?
¿cuándo?

HELLO, I AM

tên
nombre

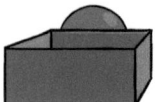

phía sau

detrás

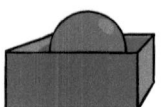

ở trong

en

phía trước

delante de

phía trên

por encima de

ở trên

sobre

ở dưới

debajo de

bên cạnh

junto a

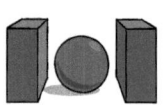

ở giữa

entre

chỗ

lugar